પ્રેમની પલક

કેવું લાગે નહી, જ્યારે પ્રેમ ના સમજાય?

ગાયત્રી શર્મા

Made with ♥ on the Notion Press Platform
www.notionpress.com

આ પુસ્તક એ તમામ લોકોને સમર્પિત છે...
જેમણે જિંદગીમાં ક્યારેક ને ક્યારેક પ્રેમના
અગણિત રંગોનો અનુભવ કર્યો છે, પછી ભલે
એ પ્રેમ અધૂરો હોય, એકતરફી હોય કે મૌન હોય.
જે લોકો પ્રેમમાં લડ્યા, વિખરાઈ ગયા પણ પ્રેમ શબ્દને આજીવન
જીવંત રાખ્યો છે. આ શબ્દો એમના માટે
છે જેમણે પ્રેમની એક એક 'પલક' ને હૃદયમાં
સાચવી રાખી છે.

સામગ્રી

પ્રસ્તાવના

પ્રેમ એટલે શું? પ્રશ્ન જેટલો સરળ છે, ઉત્તર એટલો જ જટિલ. ક્યારેક કોઈના સાથમાં છલકાય છે, તો ક્યારેક કોઈના અભાવમાં થીજી જાય છે. આ પુસ્તક "પ્રેમની પલક" માત્ર પ્રેમની વાતો નથી, એ દરેક ક્ષણોનો સંગ્રહ છે જ્યારે પ્રેમ હોવા છતાં એ સમજાતો નથી.

આ પુસ્તક લખવાની શરૂઆત ત્યારે થઈ જ્યારે મારી પાસે કોઈ વાતો નહોતી, માત્ર એક 'અહેસાસ' હતો. એવો અહેસાસ જે અડધી રાત્રે આંખમાં ભીનાશ કરી દે છે અથવા કારણ વગર હોઠ પર સ્મિત લઈ આવે છે.

"કેવું લાગે નહીં, જ્યારે પ્રેમ ના સમજાય?" - આ સવાલ ખૂબ પજવે છે. ઘણીવાર આપણા પ્રેમની વાચા સામેની વ્યક્તિ સુધી પહોંચતી નથી અથવા પોતે જ એ પ્રેમની ગૂંચવણમાં અટવાઈ જઈએ છીએ. દરેક પાત્રની દરેક સંવેદનાઓની વાચા આ પુસ્તકમાં છે.

પ્રેમમાં ખુદને પ્રેમ કરવો પણ એટલું જ મહત્ત્વનું છે જેટલું આપણે બીજાને કરીએ છીએ.

આ પુસ્તકની સફરના અંતમાં તમને તમારો પ્રેમ મળી જાય ત્યારે સમજાશે કે કોઈપણ પ્રેમ વ્યર્થ નથી હોતો... બસ દરેકની સમજવાની "પલક" પ્રકારની અલગ હોય છે.

સ્વીકૃતિઓ

એ તમામ લાગણીઓનો આભાર, જેણે મને પ્રેમની વ્યાખ્યા શીખવી.
એ દરેક વ્યક્તિનો આભાર જેમણે મને પ્રેમ કર્યો અને એમનો પણ આભાર જેમણે મને પ્રેમની 'ના' કહી કારણ કે એ અધૂરાપે જ મને લખવાની તાકાત આપી છે.
આભાર મારા એ "મૌન" નો પણ જેણે મારી વેદના ને શબ્દોમાં બદલવાની પ્રેરણા આપી.
એ તમામ સંજોગોનો આભાર, જેણે જાણતા-અજાણતા મને પ્રેમના જુદા જુદા સ્વરૂપો શીખવ્યા.
આભાર મારા પરિવાર અને તે દરેક વ્યક્તિને જેમના વિશ્વાસે મને સતત એવો અહેસાસ કરાવ્યો કે મારી લાગણીઓ કિંમતી છે.
આભાર મારા એ વ્યક્તિત્વનો જેણે પોતાની અંદરના અંધકારને પણ 'પ્રેમની પલક' થી અજવાળવાની કોશિશ કરી છે.

1

પહેલી નજર (એક અધૂરો અહેસાસ)

"આંખ જેને પોતાનું માની લે છે, સમય
ઘણીવાર તેને કોઈ બીજાનું સાબિત કરી દે છે".

પ્રેમની શરૂઆત હંમેશા એક મીઠા ભ્રમથી થાય છે. તે પ્રેમનો પહેલો પહેલો સ્વાદ ક્યારેય જીભ પર નહીં , પણ સીધો આંખોમાં અનુભવાય છે. હૃદયના ધબકારા વિજ્ઞાનના પુસ્તક કરતા વધુ ઝડપથી દોડવા લાગે, ત્યારે સમજવું કે લોહીમાં Dopamine અને Oxytocin પોતાનું જાદુઈ કામ શરૂ કરી દીધું છે.

એ પહેલી નજર જ્યાં દુનિયા આખી ધૂંધળી થઈ જાય અને બસ એક જ ચહેરો 'HD' માં દેખાવા લાગે. આ હોર્મોન્સનો ઉભરો આવે ને ત્યારે ૧૩-૧૪ વર્ષની ઉંમરે દુનિયા કોઈ ફિલ્મી પડદા જેવી લાગે છે.

આઠમા ધોરણમાં ભણતી ઈશા માટે દસમા ધોરણનો રાહુલ કોઈ સુપરહીરોથી ઓછો નહોતો. શાળાના રિસેસના સમયે જ્યારે પહેલીવાર તેમની નજર મળી, ત્યારે ઈશાને લાગ્યું કે તેના શરીરમાં oxytocin ની તરંગો દોડી ગયા છે. એ "ફર્સ્ટ આઈ કોન્ટેક્ટ" એટલો તીવ્ર હતો કે ઈશાને ખાતરી થઈ ગઈ કે આજ 'True love' છે. રાહુલની મોટી આંખો ને ગંભીર વ્યક્તિત્વ ઈશાના મન પર છવાઈ ગયું હતું.

બે વર્ષ વીતી ગયા. ઈશા હવે દસમા ધોરણમાં ભણતી હતી અને રાહુલ

પોતાની બોર્ડની માર્કશીટ લેવા ફરી એકવાર શાળાએ આવ્યો. શાળાના એ જ કોરિડોરમાં રાહુલ ઉતાવળમાં ચાલતો હતો અને અચાનક તે એક છોકરી સાથે ટકરાયો. એ ઈશા જ હતી. ઈશાનું હૃદય એ જ જૂના ધબકારા અનુભવવા લાગ્યું તેને લાગ્યું કે રાહુલ આજે કંઈક કહેશે....
પણ રાહુલ તરત જ ઊભો રહ્યો અને ઈશાની બાજુમાં ઉભેલા એક છોકરા તરફ જોઈને બોલ્યો, "અરે રોહન! તું અહીં છે?" (રોહન ઈશાનો મોટો ભાઈ) રાહુલે ફરી ઉતાવળમાં હાથ હલાવીને કહ્યું "ચાલ જલ્દી ને તારી બહેનને પછી મળી લેજે એને કે મારે મારી ગર્લફ્રેન્ડને મળવા જવાનું છે, એ બહાર ગેટ પાસે રાહ જુએ છે!"
આ સાંભળી ઈશા સ્તબ્ધ થઈ ગઈ.
જે નજરને તે 'પ્રેમ' સમજતી હતી, એ રાહુલ માટે માત્ર તેનાં મિત્રની બહેન પ્રત્યેની સહજ ઓળખ હતી.
નજરોનું મિલન ક્યારેય નસીબનું મિલન નથી હોતું, એ તો બસ વધતી ઉંમરનું એક સુંદર મૃગજળ હોય છે. જ્યારે કોઈ બે વ્યક્તિ કે એ પરિસ્થિતિનો સામનો વર્ષો પછી કરીએ છીએ, ત્યારે મગજ ભલે જાણતું હોય કે એ માત્ર "હોર્મોન્સ" હતા, પણ હૃદય હજુ એ જ ધ્રુજારી અનુભવે છે.ભલે એ સાચો પ્રેમ નહોતો, પણ 'પહેલી નજર' ના એ રાસાયણિક કેફમાં જે કંપન હતું, એ જિંદગીના કોઈ પણ સાચા સંબંધ કરતા વધુ યાદગાર રહી જાય છે, કારણ કે એમાં ભલે 'પ્રેમ' નહોતો પણ પ્રેમ હોવાનો 'અહેસાસ' સૌથી શુદ્ધ હતો.
"ન મળી મંઝિલ તો શું? એ સફરનો નશો હજી બાકી છે,
અધૂરાશનો સ્વીકાર જ હવે આ દિલની નેકી છે.
એ પહેલી નજરે થયેલો 'કેમિકલ લોચો' ભલે પ્રેમ ન બન્યો,
પણ એની યાદોની કાયમી અસર આજેય અંતરભાવની કિંમત આપી છે."

2

પ્રતીક્ષા (અસ્તિત્વના વળાંક પર ઉભેલો એક અધૂરો પ્રશ્ન)

“દુનિયા માટે જે અંત છે, પ્રેમી માટે એ જ પ્રતીક્ષાનો આરંભ છે".

સાંજના ૪:૦૦ વાગ્યા હતા કોલેજ થી છૂટવાનો સમય શહેરના એ જૂના લાઈબ્રેરી રોડ પર આવેલું કેફે જેના ખૂણાના ટેબલ પર અદિતિ અને આદિત્ય રોજ મળતા તે પ્રેમી પંખીડા રોજ કોલેજની વાતો, ભવિષ્યના સપનાઓ “ચા” નો ગુટડો ભરતા વાતો કરતા, આદિત્ય તેને હંમેશા કહેતો, "જો કોઈ દિવસ હું મોડો પડું ને, તો સમજજે કે હું તારા માટે કોઈ મોટું સરપ્રાઈઝ લેવા ગયો છું" એક દિવસ એવો આવ્યો જ્યારે આદિત્ય ન આવ્યો કેફે બંધ થઈ ગયું, રસ્તાઓ સૂમસામ થઈ ગયા.

પાંચ વર્ષ વીતી ગયા છે. અદિતિ આજે પણ ૪:૦૦ વાગ્યે એ જ ટેબલ પર બેસે છે. તે બે કપ ચા ઓર્ડર કરે છે, હસે છે, વાતો કરે છે. જાણે કોઈ વાસ્તવિક્તામાં તેની સાથે બેઠું ગપ્પાં લડાવતું હોય તેમ લજાઈ પણ જાય. કેફેમાં આવતા નવા લોકો તેને જોઈને

અંદરોઅંદર વાતો કરે કે "જુઓ, આ પેલી પાગલ છોકરી છે જે એકલી એકલી વાતો કર્યા કરે."

એક દિવસ અદિતિની જૂની બહેનપણી તેને ત્યાં મળી અને પૂછ્યું,"અદિતિ ક્યાં સુધી આ રીતે જીવીશ? તને ખબર છે પાંચ વર્ષ પહેલા જે દિવસે આદિત્ય તારા માટે રિંગ લેવા જતો હતો ત્યારે તેનો અકસ્માત થયો હવે તું તે વાતને સ્વીકારી લે તે હવે ક્યારેય નહીં આવે.

પણ અદિતિને તો આદિત્ય એ કરેલી વાત કે જે દિવસ મોડો
પડું તો સમજજે મોટું સરપ્રાઈઝ લેવા ગયો હોઈશ ને આ જ વાત ગાંઠ ગણી લીધી.

અદિતિ માટે તેનો આદિત્ય ત્યાં જ હતો, તેની કલ્પનામાં
તેના સામે બેસીને એ જ ગપ્પાંઓ કરતો હતો
તે રોજ તેની સાથે લાઈબ્રેરી જતો હતો. અદિતિએ હકીકતને
સ્વીકારવાનો ઇનકાર કરી દીધો હતો તેના માટે હકીકત એ
નથી જે દુનિયા જુએ છે પણ એ છે જે તે અનુભવે છે.

અદિતિ એ સ્મિત કરતા કહ્યું, " તેનું મૃત્યુ નથી થયું તે દિવસ થી તો તે મારામાં કાયમ માટે વસી ગયો હતો હું અહીંયા રોજ એની રાહ નથી જોતી તેની સાથે મુલાકાત કરું છું. તે ઉભી થઈ, કેફેની બહાર નીકળી અને એ રસ્તા પર ચાલવા લાગી જ્યાં ૫ વર્ષ પહેલા આદિત્ય ના લોહીના ડાઘા પડ્યા હતા. આજે બસ ત્યાં વરસાદી પાણી હતું, તેણે પાણીમાં પોતાનું પ્રતિબિંબ જોયું અને તેની બાજુમાં આદિત્ય નું ધૂંધળું પ્રતિબિંબ દેખાયું. તે જોરથી રડી પડી પણ ગલી માં કોઈ નહોતું.

નથી જે દુનિયા જુએ છે પણ એ છે જે તે અનુભવે છે.અદિતિ એ સ્મિત કરતા કહ્યું, " તેનું મૃત્યુ નથી થયું તે દિવસ થી તો તે મારામાં કાયમ માટે વસી ગયો હતો હું અહીંયા રોજ એની રાહ નથી જોતી તેની સાથે મુલાકાત કરું છું. તે ઉભી થઈ, કેફેની બહાર નીકળી અને એ રસ્તા પર ચાલવા લાગી જ્યાં ૫ વર્ષ પહેલા આદિત્ય ના લોહીના ડાઘા પડ્યા હતા. આજે બસ ત્યાં વરસાદી પાણી હતું, તેણે પાણીમાં પોતાનું પ્રતિબિંબ જોયું અને તેની બાજુમાં આદિત્ય નું ધૂંધળું પ્રતિબિંબ દેખાયું. તે જોરથી રડી પડી પણ ગલી માં કોઈ નહોતું.

તે સમજી ગઈ હતી કે તે તેની રાહ જુએ છે જે વ્યક્તિ ક્યારેય
પાછી નહીં ફરે છતાં તે રોજ ત્યાં આવશે! પોતાના અસ્તિત્વને

ટકાવી રાખવા માટે. જે લોકો પાસે યાદો હોય છે એ રડી લે છે, પણ જેની પાસે પ્રતીક્ષા હોય છે એ તો બસ જીવી લે છે. પ્રેમમાં પામવું એ નસીબ છે, પણ કોઈના નહોવા છતાં તેની રાહ જોવી એ તો ઇબાદત છે.

"પ્રેમમાં અંત તો માત્ર શ્વાસનો હોય છે,
પ્રતીક્ષા તો એના છેલ્લા પડાવ સુધી ચાલતી રહે".

3

અનકહી પ્રીત (બે મૌન, એક મન અને અનંત રાહ)

"દુનિયા ખૂબ નાની છે, જેમને હૃદયથી ચાહ્યા હોય એ ફરી ક્યારેક તો રસ્તામાં મળી જ જાય."

શિવમ અને શ્રદ્ધા એક જ સોસાયટીમાં રહેતા. સ્કૂલ થી લઈને કોલેજ સુધીની સફર સાથે કરી છે. બંને એકબીજાના મનનો અરીસો હતા. બંનેના પરિવારો પણ એકબીજાને બરોબર ઓળખતા. જ્યારે બંને લગ્નની ઉંમરે પહોંચ્યા ત્યારે બંનેના ઘરે તેમના માટે યોગ્ય પાત્રોની શોધ શરૂ થઈ. શિવમના પિતા અવારનવાર તેની સામે છોકરીઓના ફોટા ધરતા, અને શ્રદ્ધાના ઘરે પણ દર રવિવારે કોઈને કોઈ જોવા આવતું.

શિવમ ઇચ્છતો હતો કે તે શ્રદ્ધાનો હાથ માંગી લે, અને શ્રદ્ધા પણ રાહ જોતી હતી કે શિવમ બસ એકવાર કહી દે. પણ શ્રદ્ધાને ડર હતો કે "પેલો ના પાડશે તો દોસ્તી પણ જશે" એવા એક ડર અને અજબ સંકોચે તેમના હોઠ સીવી દીધા હતા.

એક સાંજે શ્રદ્ધાએ શિવમને કોફી શોપમાં બોલાવ્યો. તેની આંખોમાં ઉદાસી હતી. તેણે કહ્યું, "શિવમ ઘરેથી તો બરોબર તૈયારીમાં છે લગ્ન

માટે. કદાચ આ મહિનામાં તો સગાઈ થઈ જ જશે." (શ્રદ્ધા મનમાં જ કહેતી હતી કે, "શિવુ તુ રોકી લે મને બસ એકવાર કહી દે કે તું પણ મને એટલું જ ચાહે છે") પણ શિવમ તેની ચુપકી માં રહ્યો માત્ર આટલું જ બોલ્યો, "સરસ, જે તારા માટે સારું હોય એ કરજે." (શિવમ મનમાં જ કહેતો હતો કે શ્રદ્ધા બસ બોલ એકવાર કે હું તરત તને હા પાડી દઈશ) પણ આ વાતો બસ મનમાં જ રહી ગઈ.

સમય વિત્યો બંનેના લગ્ન બંનેના રસ્તા બધું જ અલગ થઈ ગયું પણ આજે પણ તે એકબીજાની કલ્પનાની દુનિયામાં હતા ત્યાં તો શિવમ આજે પણ શ્રદ્ધાનો જ છે. તે મનોમન વિચારોમાં વાતો કર્યા કરે શ્રદ્ધા ને પણ ભાસ થયા કરે કે શિવમ તેની મજાક ઉડાવે છે અને મનમાં જ શ્રદ્ધા મલકાયા કરે.

આજે ૨૦ વર્ષ વીતી ગયા છે. શ્રદ્ધા ને તેનો પરિવાર એક સામાજિક પ્રસંગમાં જાય છે. થોડી વાર માં શ્રદ્ધા ની છોકરી એક તેના જેવા નાના છોકરા ને લઈને દોડતી આવે છે ને કહે છે, "મમ્મી મમ્મી આ મારો ન્યુ ફ્રેન્ડ", શ્રદ્ધા ખુશ થઈ નીચે બેસી ને છોકરા ના ગાલ ખેંચી તેના વાળ માં હાથ ફેરવ્યો નામ પૂછ્યું ત્યાં તો તે છોકરા ના મમ્મી પપ્પા આવ્યા શ્રદ્ધા ઉભી થઈ કે એકદમ જ ચોંકી ગઈ તે છોકરો શિવમ નો હતો શિવમ પણ સ્તબ્ધ થઈ ગયો સંજોગો સામે હારેલા હોઠ અને નમી ગયેલી એ બે આંખો આજે નમ થઈ ગઈ.

૨૦ વર્ષ નું મૌન હજારો પ્રશ્નો પણ બંને માંથી કોઈ ન પૂછ્યું કે તમે મને કેમ ન રોકી શક્યા? કે કોઈ એ ન કહ્યું કે "હું તારી જ હતી/હતો". કારણ કે તે જાણતા હતા કે તેમનો પ્રેમ દુનિયાના કાગળો પર નથી, પણ તેમની આત્માના એ ખૂણામાં છે. જ્યાં કોઈ ત્રીજું વ્યક્તિ પ્રવેશી શક્યું નથી. તેઓ આજે પણ એટલો જ પ્રેમ કરે છે કદાચ પહેલા કરતા પણ વધુ કારણ કે એ પ્રેમમાં ત્યાગ અને પ્રતિક્ષાની સુગંધ ભળી ગઈ છે.

દુનિયા જેને 'અધૂરો પ્રેમ' કહે છે, ખરેખર તો એ જ પ્રેમ સૌથી વધુ પૂરો હોય છે. તેમને શબ્દોની મર્યાદા કે મિલનની શરતો નડતી નથી.

"કેટલીક વાર અંત 'મિલન' નહીં, પણ 'અમરત્વ' હોય છે, અધૂરા સંવાદોની એક પૂરી વાર્તા એટલે " અનકહી પ્રીત ".

4

ખાલીપણું (જ્યારે અંદર કઈ જ ન બચ્યું હોય)

"સૌથી મોટી સજા એ છે કે તમારી પાસે બધું જ હોય,
છતાં તમારી લાગણીઓ સાંભળવાવાળું કોઈ ન હોય".

કિનારો જે ક્યારેય ન મળ્યો,શરૂઆત તો પેલા કાચા સપનાથી થઈ હતી. ક્લાસની છેલ્લી પાટલીએ બેસીને એક ચેહરાને એકીટશે નિહાળવો અને તેની નજર, હસીમાં દુનિયા શોધવી તે કિંજલનો 'crush' હતો અને ક્યારેય ખબર પણ ન પડી કે કોઈ એના માટે આખી રાત જાગીને પ્રાર્થનાઓ કરતું હતું. એ વહાણ નજરે તો પડ્યું, પણ એના કિનારે લંગર નાખ્યા વગર જ ક્ષણભરમાં ઓગળી ગયું.

પછી અધૂરી વાર્તા લઈને જિંદગીમાં એક એવો શ્વાસ આવ્યો જેણે કિંજલને જીવતા શીખવ્યું. તેમનો પ્રેમ જાણે આકાશનું વાદળ, પણ એ વાદળ વરસીને કિંજલને ભીંજવે એ પહેલા જ પવનના ઝપાટે ક્યાંક દૂર નીકળી ગયું. કિજંલ ને જ્યારે સાથ છૂટ્યો ત્યારે પહેલી વાર ખબર પડી કે હ્રદયમાં જ્યારે તિરાડ પડે છે ત્યારે અવાજ નથી આવતો, બસ શ્વાસ લેવામાં તકલીફ પડે છે.

સમય વિતતો ગયો ફરી સંવેદનાઓએ રાહ બતાવી ફરી કોઈએ હાથ

લંબાવ્યો. આ વખતે કિંજલે નક્કી કર્યું હતું કે, હું આ પ્રેમને મરવા નહીં દઉં, તેને સમાજની દીવાલો ઠેકી લોકાચારની પરવા ન કરી.જાણે એક સળગતી મશાલ લઈને એ એના રસ્તે નીકળી પડી. પણ જેની માટે તેને આખી દુનિયા સામે પોતાના પરિવાર સામે જંગ છેડી હતી, એ જ માણસ ભીડ જોઈને મારો હાથ છોડી ગયો. તેનામાં પ્રેમ માટે લડવાની હિંમત જ નહોતી. કદાચ તે પણ થાકી ગયો હતો વારંવાર કંઈક ને કંઈક અડચણો આવ્યા કરતી હતી તે કારણે. એ વખતે હ્રદયમાં પડેલી તિરાડ એ એક ઉંડી ખાઈ બની ગઈ હતી.

વર્ષો વિતતા ગયા તે હવે પ્રેમમાં પડવા જ નહોતી માગતી. ત્યારબાદ એક મિત્રતાનો અનોખો સંગાથ મળ્યો એ સંબંધમાં ઉન્માદ નહીં પણ ઊંડી સમજણ હતી. તેઓ ભવિષ્યના સપના જોતા પણ એકબીજાનું માન ન રાખી શક્યા તો પણ ઘણા વર્ષો વિતાવ્યા પણ એક રાત અંધકારની હંમેશા માટે ખોવીને જતી રહી તેને તેના પરિવાર સામે અવાજ ઉઠાવવાની હિંમત ન કરી તેનો સાથ ન આપ્યો તેની પડખે ઉભા ના રહી ને કિંજલ ને સાવ એકલી મૂકી દીધી.

કિંજલને ઊંડો આઘાત લાગ્યો તેને હવે પ્રેમ શબ્દ થી જ નફરત થવા લાગી હતી. તેને ખુદને વ્યસ્ત રાખવાનું શરૂ કરી દીધું Overcome કરતા કરતા જૂની મિત્રતાનો એક સંબંધ ફરી ફિલિપ્સ નામના કીડા જાગૃત કરી રહ્યો હતો. તે મિત્રતા ફક્ત સિચ્યુએશનશિપ બની ને રહી ગઈ હતી. ઘણું સમજાવ્યા બાદ પણ તે લગ્ન માટે રાજી ન થયો. કિંજલ હવે બધા માટે એક ત્રાસ બની ગઈ હતી તે બધાને ખૂંચવા લાગી હતી. તેણે તેના થવા વાળા હસબન્ડ (એટલે કે ફિયાન્સ) ને રડતા રડતા આ બધું વ્યક્ત કર્યું, તેઓ કિંજલને ખૂબ પ્રેમ કરે છે. તેમની સાથે હસે છે, રડે છે, મસ્તી કરે છે પણ કિંજલને તેની શૂન્યતા અને ખાલીપો ઘર કરી ગયો હતો, તેને હવે 'સાચો સાથી' મળ્યો, પણ તેને આપવા માટે 'સાચું હૃદય' જ નહોતું બચ્યું.

હાથમાં હાથ તો હંમેશા રહેશે જો સાચો હાથ હશે પણ એ સ્પર્શ ને હૃદય સુધી પહોંચાડનારી સંવેદનાઓ ક્યારનીયે દફન થઈ ચૂકી છે.

"પાત્ર જ્યારે વારંવાર છલકાઈ ઢોળાઈ જાય પછી નસીબમાં સાગર મળે તો પણ તરસ છિપાવવાની શક્તિ નથી રહેતી.

કઈ જીવંત રાખવા સમજવાની જરૂર છે સમજવાની નહીં".

5
સંતાકૂકડી (પ્રેમનો અધૂરો દાવ)

"યાદો હંમેશા મીઠી નથી હોતી, ક્યારેક તે
આંખમાં ભેજ પણ મૂકી જાય છે."

મૃત્યુ એ જીવનની એવી સંતાકૂકડી છે, જેમાં સંતાનાર તો હંમેશા માટે સંતાઈ જાય છે, પણ શોધનાર આખી જિંદગી એકલો જ દાવ આપતો રહી જાય છે.

“પ્રિયા, તને કેટલી વાર ના પાડી છે, તું આટલી મસ્તી ના કર્યા કર. કોઈક દિવસ તને જ ભારે પડશે”! આટલું કહેતા જ વિકીના શબ્દો જાણે હવામાં ઓગળી ગયા હોય. રૂમમાં અચાનક એક ભયાનક ચીસ સંભળાઈ. અવાજ ક્યાંથી આવ્યો એ ખબર ન પડી, પણ વિકીને લાગ્યું કે પ્રિયા ફરી તેની સાથે મજાક કરી રહી છે. તે હસ્યો અને બોલ્યો, "બહુ થઈ તારી મસ્તી, હવે બહાર આવી જા!" પણ ઘણીવાર સુધી કોઈ જવાબ ન મળ્યો. વિકીને થોડો ફાળ પડ્યો. તેણે નીચેથી અવાજો સંભળાતા હતા "વિકી... વિકી..." તે દોડીને બાલ્કનીમાં ગયો અને નીચે જોયું તો તેના હોશ ઊડી ગયા. નીચે પ્રિયાનો દેહ લોહીલુહાણ હાલતમાં પડ્યો હતો. વિકી ડરી ગયો અને એકદમ જ તેની ઊંઘ ઊડી ગઈ.

ગભરાયેલો ઉઠેલો વિકી પાગલની જેમ નીચે દોડ્યો.. હાંફતા હૈયે જ્યારે તે એ જગ્યાએ પહોંચ્યો જ્યાં તેણે પ્રિયાને જોઈ હતી, ત્યાં પહોંચતા જ તેના પગ જકડાઈ ગયા. ત્યાં કોઈ નહોતું! લોહીનો એક ડાઘ પણ નહોતો. તે ગભરાઈને પાછો પોતાના રૂમમાં આવતો હતો ત્યાં તેની નજર ડ્રેસિંગ ટેબલના અરીસા પર પડી. અરીસા પર લિપસ્ટિકથી મોટા અક્ષરે લખ્યું હતું,

"વિકી, હું તો તારી પાછળ જ ઉભી છું!"

વિકીએ ધ્રૂજતા હૈયે પાછળ જોયું, પણ ત્યાં કોઈ જ નહોતું. અચાનક તે ભાનમાં આવ્યો ને યાદ આવ્યું કે બે વર્ષ પહેલા પ્રિયા આમ જ ‘સંતાકૂકડી’ રમતા-રમતા હંમેશા માટે વિદાય લઈ ચૂકી છે. આ બધું રોજ થતું હતું. વિકીના મનનો ભ્રમ હતો કે પ્રિયાનો આત્મા હજુ પણ તેની સાથે રમી રહ્યો હતો?

ત્યાં તો તેની નજર દિવાલ પર લટકેલા પ્રિયાના હસતા ફોટા પર પડી. તેની આંખો ભીની થઈ ગઈ. તેને સમજાયું કે પ્રિયા આ દુનિયાના કોઈ મખમલી પડદા પાછળ નહોતી સંતાઈ, પણ તે તો સમયના એવા અંધકારમાં જઈને બેસી ગઈ હતી જ્યાંથી કોઈ પાછું આવતું નથી..

તેણે ધ્રૂજતા અવાજે ફોટા સામે જોયું અને બોલ્યો, "પ્રિયા, તારી મસ્તી મને હસાવતી હતી, પણ આ મસ્તીએ તો મને કાયમ માટે રડાવી દીધો. તારો અવાજ આજે પણ મારા કાનમાં પડઘાયા કરે છે. તું રમત જીતી ગઈ પ્રિયા."તેને ખબર હતી કે આ સંતાકૂકડી ક્યારેય પૂરી થવાની નથી. શોધનાર થાકી ગયો પણ સંતાનારને આ ખબર હતી કે આ રમત અનંત છે.

"તું સંતાઈ ગઈ એવા ખૂણે, જ્યાં પહોંચવા
માટે મારે આ શ્વાસ છોડવા પડશે."

6

પડઘા વગરનો સાદ (વૃદ્ધાવસ્થાની એક શાશ્વત પ્રેમકથા)

"તમને જોયા છે ક્યાંક એવું યાદ આવે છે,
મારા હૃદયના કોઈ ખૂણે, આજે પણ તારો સાદ આવે છે"

૭૫ વર્ષના અમૃતલાલ આજે પણ ગામના પાદરે આવેલા જૂના ઓટલા પર બેઠા હતા. એ એજ જગ્યા હતી જ્યાં દાયકાઓ પહેલા તેઓ અને સવિતા સાંજનો વિસામો લેતા. સવિતાની સ્મૃતિઓના સથવારે સાંજ પડતી. અમૃતલાલના હાથમાં એક જૂની લાકડી હતી અને આંખોમાં ભૂતકાળની મીઠી યાદો.

તેઓ આકાશ તરફ જોઈને ધીમેથી બોલ્યા, "સવિતા, જો આજે તો આથમતો સૂરજ પણ ચાંદલા જેવો લાલચોળ દેખાય છે. તું કહેતી હતી ને આપણે સાથે ઘરડા થઈશું? હું તો ઘરડો થયો, પણ તું તો તારું વચન અધૂરું મૂકીને વહેલી નીકળી ગઈ."

શબ્દો હવામાં ઓગળી જતા હતા. કોઈ વળતો જવાબ નહોતો મળતો છતાં અમૃતલાલના ચહેરા પર એક સંતોષભર્યું સ્મિત હતું. ઘડપણનો

પ્રેમ એ ગંગાના શાંત પ્રવાહ જેવો હોય છે. તેમને ખબર હતી કે સવિતા હવે પાછી ક્યારેય નથી આવવાની પણ તેમનો આંતરિક સંવાદ ક્યારેય અટક્યો નહોતો. જ્યારે પવનની લહેર તેમના સફેદ વાળને અડીને જતી ત્યારે તેમને લાગતું કે સવિતાએ જ તેમના માથે હાથ ફેરવ્યો છે.

"આ પડઘા વગરની વાતચીત જ તેમના જીવનનું ભાથું હતું."

ઘણીવાર લોકો પૂછતા, "દાદા, એકલા બેઠા બેઠા કોની સાથે વાતો કરો છો?" ત્યારે અમૃતલાલ હસીને કહેતા, "હું એકલો ક્યાં છું? તમારી "બા" છે ને, તમને જે 'શાંતિ' લાગે છે, એ તો મારી સવિતાનો 'સાદ' છે. તેમના માટે પ્રેમ એ શરીરનો નહીં, પણ બે આત્માઓ વચ્ચેનો એવો તાર હતો જે મૃત્યુ પછી પણ તૂટ્યો નથી.

સૂરજ ધીમી ગતીએ ડૂબતો હતો. અમૃતલાલે લાકડી ઉઠાવી ને ઉભા થયા, તેઓ જાણતા હતા કે એક દિવસ તેમનો આ સાદ પણ શાંત થઈ જશે અને તેઓ ફરી સવિતાને મળી જશે. તેમને આ અંતિમ પ્રતીક્ષાનો આનંદ આમ જ 'પડઘા વગરનો સાદ' લઈને આવે છે. વૃદ્ધાવસ્થાનો નિઃસ્વાર્થ પ્રેમ ઉમેરાય ને, ત્યારે તેની ગહનતા વર્ધ. જાય છે. પ્રેમમાં મેળવવાની અપેક્ષા મરી જાય, ત્યાં જ સાચો અને પવિત્ર પ્રેમ જન્મે છે.

"પ્રેમ અર્થ કે જ્યાં જેનો કોઈ પડઘો નથી પડતો પણ
તેની ગુંજ આત્માના ઉંડાણ સુધી પહોંચી જાય છે".

આભાર વ્યક્ત

"શબ્દો તો માત્ર માધ્યમ છે, ખરી અનુભૂતિ તો પ્રેમ છે. 'પ્રેમની પલક' ને પૂર્ણ કરવામાં જેમણે પડદા પાછળ રહીને મને પ્રેરણા આપી છે, તેવા દરેક વ્યક્તિનો હું હૃદયના ઊંડાણથી આભાર વ્યક્ત કરું છું. તમારી લાગણીઓએ જ મારા કલમને જીવંત રાખી છે."

www.ingramcontent.com/pod-product-compliance
Lightning Source LLC
LaVergne TN
LVHW101618210926
848480LV00009B/827

* 9 7 9 8 9 0 2 9 6 1 5 8 1 *